ஒரு பக்கக் கதைகள்

கருப்பொருள் - பொக்கிஷம்

ரோஜாக்கள் குழு

ISBN 979-888555648-4

* * *

கால பயணத்தின் வேராய்

நேற்றில் இருந்து இன்றும்,

இன்றில் இருந்து நாளையும்,

கடத்தப்படும் நினைவுகள்

பொக்கிஷங்களாய்..!!

* * *

பொருளடக்கம்

முன்னுரை

****

    மறக்க இயலாத தருணங்கள் மனதிலிருந்து நீங்காத நினைவுகளாய், கால வெள்ளத்தில் கடந்து செல்லும் நம்முடன் நிழலாக அல்லாமல் நினைவுகளாக மட்டுமே பயணிக்கும் பொக்கிஷங்கள்.

    மனதில் பொதிந்த பொக்கிஷங்கள் எழுத்துக்களாய் உயிர் பெற்று வாழ்கின்றன இப்புத்தகத்தில்.

    பதினெட்டு எழுத்தாளர்களின் எழுத்தில் உருவான பதினெட்டு விதமான பொக்கிஷ நினைவுகள்.

    எண்ணங்கள் எழுத்துக்களாய்!

    எழுத்துக்கள் உணர்வுகளாய்!

    உணர்வுகள் உயிர் பெற்று வாழும் இப்பொக்கிஷத்தைப் படித்ததும் உங்களின் பொக்கிஷத்தையும் நினைவு கூற மறவாதீர்கள்.!

முகவுரை

****

வலவு முற்றம் - மீனாட்சி அடைக்கப்பன்.
இறைவனின் பரிசு - அ. நான்சிஜெசிந்தாமேரி.
ஒருரூபாய் நோட்டு - நந்தினி சுகுமாரன்.
உறவு பொக்கிஷம் - நிவேதா.
கனவு – சங்கீதா சேகர்.
பிங்கி – கண்ணம்மா.
தொப்புள் கொடி – ஜா. நிஷாஹுஸைன்.
'அ' – விஜிதேவி.
முடிவில் துவக்கம் – துர்கா ராமமூர்த்தி.
பன்னு கேக் – அகல்
அம்மாவின் வாசம் – சுந்தரி பாஸ்கரன்.
தாய்மை – கீதா Grv.
நிழற்படம் – சிவப்பிரியா "தேனு"
கடிதப்பரிசு – கற்பகம். தெ
தடம் – கௌதமி ராஜா "நித்தி"
உயிர் – ராஜிகுமார்.
முதல் எழுத்து – தமிழினியா ரா. திவ்யதர்ஷினி.
கைக்கடிகாரம் – சங்கீதா ராஜா.
பல்சர் – மணிமேகலை.

வலவு முற்றம்

****

மீனாட்சி அடைக்கப்பன்.

வலவு முற்றத்தில் பாய் விரித்து மல்லாக்கப் படுத்தி-ருந்தேன். இரவாதலால், வான் நிலவும் உதித்திருந்தாள். ஊருக்கு வந்தால் அங்குதான் என் உறக்கம்.

அங்குப் படுக்கும் பொழுது எனக்குள் ஒரு குரல் ஒலித்-துக்கொண்டே இருக்கும். உலகமே விழிகளுக்குப் புலப்படு-வதுபோல் ஒரு மாயை.

இங்குதான் அன்னையின் மடியில் கரம் கோர்த்து உறங்-கியிருக்கிறேன்.

"அம்மு, அங்க பாரு.. வானத்தில் நட்சத்திரம்."

"ஆமாம்மா.. அது ஏன்மா அங்க இருக்கு?"

மழலையில் மிழற்றினேன் நான்.

"சாமிக்கிட்டப் போனவுங்கலாம் நட்சத்திரமா இருப்-பாங்க."

"நாம எப்போ சாமிக்கிட்டப் போவோம்?" என்ற என் கேள்வி அவளைத் திடுக்கிட வைத்தது.

"நமக்குச் சில கடமை இருக்கு. அதெல்லாம் முடிக்க-ணும். அப்போதான் போகலாம்" என்று எனக்குப் புரியும்படி விளக்கம் அளித்தாள்.

"கடமைனா?"

"அது... இப்போ அம்மாவுக்குக் குட்டிப்பாப்பா நீ இருக்-கியே. உன்னை வளர்க்கணுமே. அதுதான் கடமை."

"சரிமா.. அப்போ நான் சீக்கிரம் வளர்ந்திடுறேன்" என்று அன்னையைக் கட்டிக்கொண்டேன்.

காலங்கள் உருண்டோடியது. இப்பொழுது அன்னையும் நட்சத்திரமாய். அவளும் நானும் கதைகள் பேசிய இடத்தில் நான் மட்டும்.... தனிமையில்...

வானில் ஒரு நட்சத்திரம் பார்த்துக் கேட்டேன்.

"நான் வளர்ந்துவிட்டேனா அம்மா?"

"வளர்த்துவிட்டேன். உன் பிள்ளைகளுக்கும் ஒரு நல்ல அன்னையாக உன்னை வளர்த்துவிட்டேன்" என்றது அன்னையின் குரல்.

கீழே அந்த இடத்தைத் தடவி பார்த்தேன். ஒருக்கலித்துப் படுத்தேன். ஒரு சிறிய திடுக்கிடல். அன்னையின் கரு- வறைக்குள் நிம்மதியாக உறங்கும் உணர்வு.

"அம்மா... எழுந்திரு" என்று மூத்தவன் பதறும் குரல்.

"இல்லை.. எழக்கூடாது.." எனக்கு நானே வலியுறுத்திக் கூறினேன். ஏனெனில் என் கடமையும் முடிந்துவிட்டது.

காலம் உருண்டோடியது. அந்த வீட்டில் காலம் பல நாகரீகச் சாயல்களைப் பூசியிருந்ததாலும், முற்றம் மட்டும் காலம் காலமாய் நினைவுகளைச் சுமந்திருந்தது.

இப்பொழுதெல்லாம்...

அவனும்... நிலவும்... தனிமையும்...

அந்த வலவு முற்றத்தில்...

இறைவனின் பரிசு

****

அ. நான்சிஜெசிந்தாமேரி.

புகைமண்டலம் சூழ்ந்த பகுதியில் இருவர் தட்டுத்தடுமாறி நடந்து கொண்டிருக்க.. அவர்களைச் சூழ்ந்த புகையினைக் கோபமாய்க் கலைத்தவாறே சென்றவனைப் பார்த்தவரோ, தனது இதழில் குறுநகையைத் தவழச் செய்தார்.

"உலகத்தைச் சுற்றும் பணி உனக்குப் பிடிக்கவில்லையா சிஷ்யா? உனது முகம் கோபச்சாயலை பூசிக்கொள்ளும் அளவிற்கு என்னவாயிற்று..?"

"எனக்கு இந்த உலகமே பிடிக்காம போச்சு கடவுளே, உங்க சக்தியைப் பயன்படுத்தி எப்படியாவது உலகத்தை அழிச்சிடுங்க. அப்போதான் என்னுடைய கோபம் கொஞ்ச-மாவது தணியும்.."

"சிஷ்யா.. சுயநினைவோடு தான் பேசுகிறாயா? நீ அழிக்கச் சொல்லும் உலகம் எனது இதயத்திற்குச் சமமான-தென்று மறந்து விட்டாயா..?"

"நான் எதையுமே மறக்கல கடவுளே. ஆனா இந்த உலகம் முன்னமாதிரி இல்ல. ரொம்பவே மோசமானதா இருக்குது, இந்த உலகத்துக்கு நீங்க தந்த பொக்கிஷங்களை யாருமே பத்திரமா பாதுகாக்குறதில்ல.."

"இன்மையிலும் மறுமையிலும் துணையாய் இருக்க வேண்டிய கணவன் மனைவி சின்னக் கருத்து வேறுபாடுக-ளுக்கும் சண்டையிட்டு அடிச்சுக்கிறாங்க. இதைப் பார்க்குற பொக்கிஷமான குழந்தைகளோட மனசு என்ன பாடுபடும்னு யாருமே யோசிக்கிறதில்ல.

தங்களோட கோபத்தைப் பிஞ்சுக் குழந்தைங்க மேல மூர்க்கதனமா காட்டி அடிச்சு துன்புறுத்துறதென்ன..? தங்களோட இச்சைகளுக்குத் தொல்லையா இருக்குதுனு நினைச்சுப் பிஞ்சுகளுக்கு நஞ்சளிக்குறதென்ன..?

இப்படியாக இவங்க செய்யுற பாவத்துக்குப் பலியாகுறதென்னவோ அப்பாவி குழந்தைங்கதான். ஒண்ணும் புரியாம தவிக்கிறது, பூமிக்கு நீங்க கொடையா அளித்த அந்தப் பொக்கிஷங்கள் தான்.

இந்தமாதிரி பாதிக்கப்படுற உங்களோட பொக்கிஷத்தைப் பாதுகாக்கணும்னா உலகத்தையே சின்னாபின்னமா அழிக்கிறதுதான் ஒரேவழி!" எனக் மூர்க்கத்தனமாய்ப் பேசிய சிஷ்யனோ கால் இடறிக் கீழே சரிய அவனைப் பின்தொடர்ந்த கடவுளுக்கும் அதே நிலையே பரிசாய் அமைந்தது.

"அம்மா.. அப்பாவும் தாத்தாவும் இன்னைக்கும் குடிச்சிட்டு வந்திருக்காங்க.."

"இந்தாளோட சகவாசத்தை என்னைக்கு நீங்க ஒழிக்குநீங்களோ, அன்னைக்குதான் நீங்க உருப்படுவீங்கப்பா" என்றாள்.

"கடவுளே! இந்த உலகத்தை அழிச்சிடுங்க.." சிஷ்யனின் குரல் மீண்டும் ஒலித்தது.

ஒருரூபாய் நோட்டு

****

_நந்தினி சுகுமாரன்._

தாயின் சொல்லில் தனது பழைய நோட்டுக்களை ஆராய்ந்து.. தேவையானது, தேவையற்றது எனப் பிரித்துக் கொண்டிருந்தாள் கவிதா.

சென்ற வாரம்தான் அவளின் கல்லூரி படிப்பு நிறைவுற்-றிருந்தது. சிலேட்டைக் கைவிட்டு, நோட்டில் எழுத ஆரம்-பித்த காலத்திலிருந்தே.. அவற்றை எல்லாம் நினைவுகளாய் சேமித்து வருபவள்.

இரண்டாம் வகுப்பு நோட்டைப் பிரிக்க.. காகிதங்கள் சற்றே பழுப்பேறி நிறம் மங்கியிருந்தது. பென்சிலால் எழுதப்-பட்டிருந்ததில், பாதியைக் காணவில்லை.

அதன் பழைய வாசம் மூச்சின் வழியே மூளையையும் சென்றடைய, சிலிர்த்தவள் புன்னகையுடன் மூடிவைத்தாள்.

முதன்முதலாய்ப் பேனாவினால் எழுதப்பட்ட நான்காம் வகுப்பு நோட்டு, அன்று உடையில் சிந்திய நீலநிற மையை நினைவில் மீட்டியது. அதற்காக அன்னையிடம் வாங்கிய அர்ச்சனையையும்!

ஆறாம் வகுப்புத் தமிழ் புத்தகத்தின் பின்பக்கம் எழுதிய அவளின் முதல் கவிதை..

"இலக்கணங்கள் இலக்கியம் ஆகிறதோ.?
இன்னிசையில் இலக்கணம் வேண்டுமோ.?"

இசையை ரசிக்கும் அவளுக்குத் தமிழ் இலக்கணம் என்றாலே வேப்பங்காய் தான். அதன் காரணமாய் விளைந்த வார்த்தைகள்.

விரல்களால் அதனை வருடிச் சிரித்தாள். பக்கங்களைத் திருப்ப மடியில் விழுந்தது நைந்த ஒருரூபாய் நோட்டு!

கவியின் தந்தையினது பாட்டனார் இறப்பிற்குச் சென்ற பொழுது, அவளுக்குக் கிடைத்த பொக்கிஷம். நூற்றிரெண்டு வயதில் பூவுலகை நீத்த அவருக்கு, பழைய ரூபாய் நோட்-டுக்களைச் சேகரிக்கும் பழக்கம் இருந்தது.

துக்க வீட்டில் அவரது அறையில் விளையாடிய பொழுது கிடைத்தது, 1917ல் இங்கிலாந்தில் அச்சிடப்பட்டு இந்தியாவில் பழக்கத்திற்கு வந்த அந்த ஒருரூபாய் நோட்டு.

பின்பக்கம் இருந்த எட்டு மொழிகளில் தாய்த்தமிழின் சற்றே சாய்ந்தபடியான 'ஒ' என்ற எழுத்தில் ஈர்க்கப்பட்டு, அதை எவரும் அறியாது கொண்டு வந்திருந்தாள்.

"கவி பேப்பர்காரன் வந்திருக்கான்!" என்ற அன்னை-யின் குரலில்.. ஒருரூபாய் நோட்டை உள்ளங்கைக்குள் பத்-திரப்படுத்திவிட்டு, தேவையற்றவைகளை எடுத்துச் சென்றாள் கவிதா.

உறவு பொக்கிஷம்

****

நிவேதா.

காலம் முழுக்கச் சிந்துபாடி சிலாகிக்க விரும்பும் மனமானது வாழ்வில் அன்றாடம் உறவுகளின்பால் உறுதியாய்ப் பிணைக்கப்பட்டிருக்கிறது.

சந்திரா, நடுத்தரக் குடும்பப்பெண். திருமணமாகி மூன்று வருட முடிவில் இரண்டு வருட சிறு குருவி ஒன்றிற்குச் சித்-திரத் தாயாகி திகழ்கிறாள். நாளை மறுநாள் குல தெய்வ சந்நிதியில் குழந்தைக்கு முதல் மொட்டை போடவிருக்கின்-றனர்.

வீடு வாசல் மொத்தமும் சாணம் போட்டு மொழுக வேண்டும். அதற்காக மட்டுமே உச்சி வெயிலென்றும் பாரா-மல் பக்கெட் சகிதம் தார் ரோட்டில் ஒட்டிக்கொள்ளும் வெண்பாதம் கொண்டு நடையை வேகமாய்ப் போட்டுக் கொண்டிருக்கிறாள்.

மாட்டுத்தொழுவம் அவள் வீட்டிலிருந்து அரைக் கிலோமீட்டர் அவ்வளவே. இருந்தும் நடக்க நடக்கப் பாதை முடிவேணா என்கிறது!

அதற்குள் உலர்ந்துவிட்ட நாவானது தண்ணீருக்காய் தகிட தத்தோம் ஆடுகிறது.

ஒரு வழியாய் வந்து சேர்ந்துவிட்டாள்.

அவளது அத்தைக்குப் பழக்கமானவரின் அன்னையின் தொழுவம் தான் இது. கிழவனும், கிழவியும் நாற்பது ஆட்-டையும் இரண்டு கறவை மாட்டையும் வைத்தே பிழைப்பை ஒட்டிக் கொண்டிருக்கின்றனர்.

"தாத்தா..."

"ஹான் யாரு கண்ணு நீ என்ன வேணும்...?"

அவளை அவர் இதுவரையிலும் பார்த்ததில்லை.

நொடிக்குள் முதல் கேள்வியை மறந்து விட்டு அடுத்த ஒன்றிற்குப் பதில் சொன்னாள்.

"சாணி வேணும் தாத்தா கொஞ்சம்..."

அவருக்குப் பதிலாக அவரின் பின்புறமிருந்த ஓனரம்மா– விடமிருந்து பதில் வந்தது.

"சாணிலாம் இல்ல..."

அவளின் பார்வை வைக்கோல் போருக்கருகில் கட்– டப்பட்டிருந்த செம்பசுவையும் அதன் கீழ் கிடந்த ஒரு மொத்தை சாணத்தையும் அளந்தது.

ஒன்றும் பேசாமல் வந்த வழியே திரும்பி நடந்தாள்.

கிழவிக்கு என்ன தோன்றியதோ?, "வீடு எங்க? யார் நீ...?"

"சுமதி மருமக பாட்டி, உங்க பொண்ணு பிரமிளா க்கா வீட்டுக்குப் பக்கம்..."

"அடடே சுமதி மருமகளா நீ! இதோ இங்கன கிடக்கு பாரு நிறைய. எடுத்துட்டுப் போ..." என்றார்.

கனவு

****

__சங்கீதா சேகர்.__

"ஏங்க எத்தனை வருஷ கனவு இன்னைக்கு நிஜமாயிடுச்-சுல..?" என அவன் நெஞ்சில் சாய்ந்து கொண்டே பேசிக்-கொண்டிருந்தாள் கோதை.

"ஆமா கோதை எனக்கு ரொம்பச் சந்தோஷமா இருக்கு.. நமக்குன்னு ஒரு வீடு.. என் ரொம்ப வருஷக் கனவு கோதை வீடு கட்டணும்னு!"

"எனக்குத் தெரியும் மாமு" எனச் சிரித்துக் கொண்டாள்.

"கோதை நான் நெனச்ச மாதிரி வீடு கட்டிட்டேன். ஆனாலும் என்னால முழுசா சந்தோஷ்பட முடியலடி. என்னோட ஆசைக்காகக் கனவுக்காக உன்னோட சந்தோ-ஷத்த நான் அழிச்சிட்டேன்ல" எனக் கூறி தலைக்குனிந்து கொண்டான்.

"யோய் மாமு எப்போயா உன் கனவு என் கனவு இப்-படிப் பிரிச்சி பாக்க ஆரம்பிச்ச? நீதான் நான், நான் தான் நீனு.. நான் நெனச்சிட்டு இருக்கேன். நீ என்னடான்னா இப்படிப் பேசுற?" எனக் கூறி அழுதுவிட்டாள்.

"அய்யோ கோதைமா அழத டா. நீ அழுதா என்னால தாங்க முடியாதுன்னு உனக்குத் தெரியும்ல?" எனக் கூறி ஆறுதல் படுத்தினான்.

"அம்மு நமக்குக் கல்யாணம் ஆகி முதல்ல என்ன பேசினோம்னு உனக்கு ஞாபகம் இருக்காடி?"

அவனைப் பார்த்து சிரித்துவிட்டு "அதெல்லாம் ஞாபகம் இருக்கு மாமு மறக்க முடியுமா.?"

"அந்த நாள் நான் உன்கிட்ட ஒண்ணு கேட்டேன். இப்போதைக்குக் குழந்தை வேணாம். நம்ப வீடு கட்டிட்டு பார்த்துக்கலாம்னு சொன்னதுக்கு, கொஞ்சம்கூட யோசிக்காம எனக்காகச் சம்மதம் சொன்ன. என் கனவுக்காக உன்னோட ஆசைய விட்டு குடுத்துட்ட.

உனக்குக் குழந்தைங்கனா பிடிக்கும்னு எனக்குத் தெரியும்டி. நீ என் வாழ்க்கைக்குக் கிடைச்ச மிகப்பெரிய பொக்கிஷம்டி" எனக் கூறி அவள் கைகளைப் பிடித்துக் கொண்டான்.

"மாமு அப்ப இல்லனா என்ன, இப்பதான் நம்ப வீடு-கட்டி உன்னோட கனவை நினைவக்கிட்டோம்ல? இனி.. ஒரு குழந்தை என்ன, பத்துக் குழந்தைகூடப் பெத்துக்-கலாம்!" எனக் கூறி அவன் தோளில் சாய்ந்து கொண்டாள் அவனின் அவள்.

பிங்கி

****

கண்ணம்மா.

தனது உடமைகள் எல்லாம் எடுத்து தயாராக வைத்துவிட்டுத் தன்னறையை நின்றபடியே பார்வையால் வலம் வந்தவளின் இமைகளைத் தாண்டி விழிநீர் வழிந்தது.

"அனுமா, ரெடி ஆகிட்டியா...?" என வினவியபடி வந்-தார் அனுவின் அன்னை.

கலங்கிய விழிகளைத் துடைத்துக்கொண்டு, "ரெடிம்மா..." எனப் புன்னகைக்க முயன்றாள்.

அனுவின் முகம் பார்த்தே அகம் உணர்ந்தவருக்கும் விழிகள் கலங்க, மகளை அணைத்துக்கொண்டு அழுதார்.

பெற்றவர்களை, உடன்பிறந்தவர்களை, விட்டுச் செல்-லவேண்டும் என்பதின் நிதர்சனத்தில் தோன்றும் வலியைத் திருமணமான அனைத்துப் பெண்களுமே எதிர்கொள்ள வேண்டிய ஒன்றுதானே! அதைத்தான் அனுவும் இப்பொழுது அனுபவிக்கிறாள்.

"அடடா, என்ன இது! அங்க மாப்பிள்ளை ரெடியா இருக்கார். இங்க அம்மாவும், பொண்ணும் வீட்டுக்குள்ள வெள்ளம் வர வச்சிடுவிங்க போல இருக்கே...?" எனக் கேலிசெய்தபடி அவர்களின் அருகில் சென்றான் அனுவின் தமையன் சிவா.

"பாரும்மா, இவனுக்கு நான் அழறது கேலியா இருக்கு.."

"சும்மா இருடா, குழந்தையைக் கேலி பண்ணாத..." என மகனை அதட்டிவிட்டு, மகளை அழைத்துக்கொண்டு வாச-லிற்குச் சென்றார் அவர்.

அனு அனைவரிடமும் விடைபெற்றுக் கொண்டு வண்-டியில் ஏறி அது நகரும் நொடி, "ஒரு நிமிஷம் நில்லுங்க..." எனக் கையாட்டிப்படி பின்னால் ஓடினான் சிவா.

மகிழுந்து நின்றதும், அனு இறங்கினாள். "உன்னோட பிங்கி வேண்டாமா? இது இல்லாம நீ இருக்க மாட்டியில்ல. இந்தா.." என்றபடி நாய்க்குட்டி பொம்மையைக் கொடுத்-தான்.

பிங்கி அனு சிறுவயதில் ஆசை ஆசையாக வளர்த்த நாய்க்குட்டி. அது இறந்த அன்று அவள் கத்தி, அழுது ஆர்ப்பாட்டம் செய்தது இன்றளவும் சிவாவிற்கு நினைவுள்-ளது.

சிவா தான் பொம்மை வாங்கித்தந்து அவளைச் சமன-தானம் செய்தான். அன்றிலிருந்து அப்பொம்மையை விட்டு அனு பிரிந்ததேயில்லை.

தமையனை அணைத்துக்கொண்டு அழுதாள். சிவாவும் கலங்கிய விழிகளைக் கட்டுப்படுத்தியபடி தங்கையை அனுப்பிவைத்தான்.

தனது பொக்கிஷத்துடன் புகுந்தகம் சென்றாள் அனு.

தொப்புள் கொடி

****

ஜா. நிஷாஹுசைன்

சஹானா தன்குழந்தைக்குத் தாய்ப்பால் புகட்டிக்கொண்டே அன்புமகளைக் கொஞ்சிக்கொண்டு இருந்தாள்.

"என்னமா சொல்றா உன்பொண்ணு?"

முந்தானையில் கைகளைத் துடைத்துக்கொண்டே கேட்டார் பர்வதம், சஹானாவின் அம்மா.

"தூங்க வைக்கிறேன்மா. ஆனா பட்டுக்குட்டி தூங்காம முழிச்சிட்டு இருக்கா பாருங்க.." என்றாள் புன்னகையுடன்.

பர்வதமும் சிரிப்புடனே, "குழந்தைங்கன்னா அப்படித்-தான்மா..!" என்றவர், "சரி குழந்தையை என்கிட்ட குடுத்-துட்டு.. நீ போய்க் குளிச்சிட்டு வாமா. சுடுதண்ணீர் போட்டு அலம்பி வச்சிருக்கேன்"

"சரிம்மா.. பட்டு அம்மாச்சிக்கிட்ட இருங்க, அம்மா போய்க் குளிச்சிட்டு வாரேன்"

சஹானா குளித்துவிட்டு வரவும் குழந்தை தூங்கவும் சரி-யாக இருந்தது.

"என்னமா பட்டு தூங்கிட்டாளா?"

"ஆமாம்மா! சரி இந்தா சத்துக்கஞ்சி வச்சிருக்கேன் சாப்பிடு. அப்புறம் உன்கிட்ட முக்கியமான ஒருவிஷயம் சொல்லணும்மா"

"சொல்லுங்கம்மா..?"

"இரு வாரேன்" என்று குழந்தையைத் தொட்டிலில் தூங்க வைத்துவிட்டு உள்ளேசென்று ஒரு சிறிய டப்பா-வினை எடுத்துவந்து கொடுத்தார்.

"என்னமா இது?"

"இது தான்மா நம்ம பட்டுவோட தொப்புள்கொடி முடிச்சு. இதைப் பத்திரமா வச்சிக்கோமா..!"

"இது எதுக்குமா வச்சுக்கணும்?"

"நாளைக்கு மாப்பிள்ளைவந்து உன்னை அவங்கவீட்டுக்குக் கூட்டிட்டுப் போய்டுவாங்க. பட்டு நம்மவீட்டில் பிறந்துனாலே அழாமா சமத்துப் பட்டுவாக இருந்தா. ஆனால் அங்கே போனால் புதுஇடம்னு புள்ள தூங்காம அழுவாமா.

இந்தத் தொப்புள்கொடியையும் நம்ம கூடவே வச்சிக்கிட்டா.. இதுவும் நம்ம இடம்ன்னு நினைச்சிப் பழகிடும்ன்னு எனக்கு எங்கபாட்டி சொன்னாங்கமா, நீ பிறந்திருக்கும்போது.

அவங்க சொன்னது போல நீயும் அமைதியாகச் சமத்தா இருந்த.

அதுபோல நம்மபட்டுவும் சமத்தாக இருப்பா!" என்று அம்மா சொன்னது இன்றும் நினைவில் உள்ளது.

இருபது வருடங்கள் கழித்து நினைத்துப் பார்க்கின்றேன் அம்மா என்னிடம் கொடுத்ததை இன்றும் பொக்கிஷமாக வைத்துள்ளேன்.

இப்பொழுது மருத்துவரீதியாகவும் தொப்புள்கொடி உதவுவதாகச் சொல்கிறார்கள். ஆனால் நம்முன்னோர்கள் மிகவும் விவரமானவர்கள்,தான் முன்பே கணக்கிட்டுச் சொல்லிருக்கிறார்களே!!

'அ'

****

விஜிதேவி.

"எழுதக்கூடத் தெரியல இந்தப் பொண்ணுக்கு. எழுத்தைப் பாருங்க எவ்வளவு கோணல் மாணலா இருக்குதுன்னு?"

எரிச்சலுடன் தன்மகளைத் திட்டிக் கொண்டிருந்தாள் ஷர்மிளா.

"ஏன்டி பிள்ளையைப் போட்டு இப்படிக் கொடுமைப் படுத்துற. பாரு அவமுகம் எப்படிச் சோர்ந்து போயிடுச்சு. நீ வாடா கண்ணு!"

சிவா தன்மகளைக் கருணையுடன் தூக்கிக்கொண்டார்.

எதுவும் புரியாத குழந்தை திவ்யா தன் முட்டை விழிக-ளைத் திருப்பி விழித்தது.

"அது எல்லாம் நீ எழுத வேணாம். இப்போ அப்பா கன்னத்தில் முத்தம் கொடு!"

"ப்பா... முத்தா... இந்தா...." என்று குழந்தை முத்தமிட்-டது.

"போதும் இரண்டு பேரும் ரெம்ப ஓவரா கொஞ்சாதீங்க. முதல அவளை இறக்கி விடுங்க!"

இன்னும் கடுகடுப்பு குறையாத முகத்துடன் பல்லை நறநறவெனக் கடித்தாள் ஷர்மிளா.

"ஏன்டி கோபப்படுற. வா உனக்கும் முத்தம் குடுக்-கனுமா? இது ஒரு சின்ன விஷயம், அவளை நான் எழுத வைக்குறேன்!"

"உங்க முத்தம் எல்லாம் வேணாம். உங்கக்கிட்ட ஏற்-கனவே நான் சொல்லி இருக்கேன். குழந்தை படிப்பு விஷ-யத்தில் நீங்க தலையிடாதீங்கனு!"

"அங்கப்பாரு அவளுக்கு இரண்டரை வயதுக்கூட முடி-யயவில்லை. அவளை 'அ'ப் போட சொன்னா எப்படித்தான் போடுவா?"

"என் பொண்ணு போடுவா, உங்களுக்கு அவளைப் பத்-தித் தெரியாது!"

20 வருடங்களுக்குப் பின்...

"உங்க பெண்ணை எனக்கு மிகவும் பிடித்துவிட்டது. மேற்கொண்டு கல்யாணம் எப்ப வச்சுக்கலாம் சொல்லுங்க" என்றார் மாப்பிளை.

ஷர்மிளா, "மாப்பிளை கொஞ்சம் இங்க வாங்க"

சிவா, "ஏன்டி இப்ப அவரை எதுக்குக் கூப்பிடுற?"

பீரோவைத் திறந்தவள், மடித்து வைத்திருந்த பழைய காகிதம் ஒன்றை எடுத்தாள்.

"இதைப்பாருங்க தம்பி. என் பொண்ணு முதல்முறை 'அ' எழுதியது!" என்று மாப்பிளை கைகளில் கொடுத்தாள்.

பொக்கிஷமாகத் தன்னை வைத்துக்கொள்ளச் சொல்வ-தாக உணர்ந்தபோது.. கையொப்பப் பிரதிச் சிரிக்க, தானும் சிரித்தார் மாப்பிள்ளை.

முடிவில் துவக்கம்

****

துர்கா ராமமூர்த்தி.

மனம் பாரமாக இருந்தது. அதைத் தவிர்ப்பது, இயலாத ஒன்று என்றே தோன்றியது.

காரணம் இன்று கல்லூரி கடைசிநாள்.

முதல் நாள் படபடக்கும் இதயத்துடன் வைத்த முதல்-அடி, இன்று வரை அடிமனதில் நிறைந்து கல்லூரி வாசத்-தைக் கமல செய்தது.

தேடிக்கொண்ட புது உறவுகள், தேடாமல் கிடைத்த எதி-ரிகள், நீயா நானா போட்டி, உரிமைப் போராட்டங்கள், சில தவறுகள், பல அனுபவங்கள், தெறித்த புன்னகைகள், முதல்காதல் விழி தீண்டல்கள், இன்னும் இன்னும் என்று நிறையப் பொக்கிஷ நினைவுகள்.

"ஆதிரா.." பின்னால் ஒலித்தது ஒருகுரல்.

அதைக் கேட்ட உடன் திரும்பாமல் யார் என்று உணர்ந்தவள், "இங்க வா தர்ஷா"

அவளின் குரலில் அவ்வளவு சோகம்.

தர்ஷா, "இப்போ ஏன்டி சோக கீதம் வாசிசிட்டு இருக்க..?"

ஆதிரா, "உனக்குக் கல்லூரிவிட்டு போறோமேனு கொஞ்சம்கூட வருத்தம் இல்லையா டி...?"

தர்ஷா, "எதுக்கு வருத்தம்.?"

ஆதிரா அவளை முறைக்க, அவளின் தோளில் கைப்-போட்ட தர்ஷா, "இந்த வாழ்க்கை ஒரு பயணம். கல்லூரி அதில் ஒரு பாகம். இங்கேயே தேங்கி நின்னா, அடுத்தப் பாகத்துக்குப் போய் ஒன்னும் கத்துக்க முடியாதே? கல்லூரி

நினைவுகளோடு முன்னேற வேண்டியது தான்! வாழ்க்கை பெட்டகத்துக்கு உள்ள, அப்போ தானே நிறையப் பொக்கி-ஷம் சேரும்..!"

சில நொடிகள் மௌனம். பின் தர்ஷவை கண்டு புன்ன-கைத்த, ஆதிரா விடை பெற்று சென்றாள்.

இதோ நான்கு ஆண்டுகள் முடிந்துவிட்டது. தர்ஷவை அதற்குப் பிறகு அவளால் சந்திக்க இயலவில்லை. அவளின் தொடர்பும் இல்லாமல் சென்றுவிட்டது.

ஆனால் கல்லூரியின் நினைவு பொக்கிஷங்களுடன், தர்ஷா விட்டு சென்ற வாழ்க்கை பயணத்தின் பொக்கிஷ நினைவுகளைச் சுமந்து தொடர்கிறது ஆதிராவின் பயணம்.

பன்னு கேக்

****

அகல்.

"அவ்வா... பன்னு கேக் வாங்கிட்டு வரலியா?" என ஏமாற்றத்துடன் கேட்டேன் நான்.

"வண்டி கவர்ல இருக்கு பாரு! போய் எடுத்துக்கோ!" எனப் பதிலளித்தாள் என் அம்மம்மா.

வாரவாரம் ஞாயிற்றுக்கிழமை நாட்களில் மட்டும் கிடைக்கும் இந்தப் பன்னு கேக் எனது விருப்பமான தின்பண்டம் ஆகும்.

குதூகலமாக ஓடிச்சென்று எடுத்து உண்டேன்.

"நாளைக்கு உன்னோட அப்பா வர்ராரு. ஊருக்கு போய்ட்டனா, வாரவாரம் இந்தப் பன்னு கேக்குக்கு எங்க போவ?"

"என்ன? பன்னு கேக்கு கிடைக்காதா?" என அதிர்ந்தேன். கவலையும் மகிழ்வும் கலந்த உணர்வில் சிந்தித்தேன்.

நான் இங்கு வந்து ஐந்து வருடங்கள் ஆகிவிட்டது. ஐந்துவயதில் எனது அம்மம்மா இங்கு அழைத்து வந்துவிட்டார். எனது தொடக்கக் கல்வியும் நன்முறையில் முடிந்துவிட்டது.

"அம்மா அப்பாவுடன் வாழ வேண்டும்!" என்ற ஆவல் ஒருபுறமும், "இனி இந்த ஊர், நண்பர்கள், உறவுகள் என அனைவரையும் பிரிந்திருக்க வேண்டுமே!" என்ற கவலை ஒருபுறமும் சேர்ந்தே என்னைத் தாக்கியது. என்ன செய்வது எனச் சிந்தித்தேன்.

சிந்தனைக்குத் தீர்வு காணும் முன்பே புறப்பட்டு விட்டேன் தந்தையுடன்.

தீர்வு காண வாய்ப்பு கிட்டவில்லை.

இதோ...

இன்றும் எனது கையில் பன்னு கேக் இருக்கிறது. எனது மாமா வாங்கித் தந்தார்.

உறவுகள் அனைவரும் கூடி இருக்கிறோம். உறவினை இழந்த ஏக்கத்திலும், அனைவரும் சேர்ந்து இருக்கிறோம் என்ற ஆனந்தத்திலும். இன்றோடு எனது அம்மம்மா உலக வாழ்வை முடித்து முப்பது நாட்கள் ஆகிறது.

அனைவருடனும் பங்கிட்டு உண்டேன்.

தீர்ந்து விட்டது!

மாமா வாங்கித் தந்த பன்னு கேக்.

கவரை குப்பையில் எறிந்துவிட்டு திரும்பினேன்.

"தீபா" எனத் தாத்தா அழைத்தார்.

"என்ன தாத்தா?" அருகில் சென்றேன்.

"வண்டி கவர்ல பன்னு கேக்கு இருக்கு பாரு! போய் எடுத்துக்கோ!"

ↄ

அம்மாவின் வாசம்

****

சுந்தரி பாஸ்கரன்.

அந்தியோடு வானம் போட்டிப்போட.. அந்த அழகிய காட்-சியை ரசித்தபடியே மேய்ச்சல் முடிந்த மாடுகளை வீடு-நோக்கி விரட்டினான் சின்னையன்.

"டேய் சின்னையா வானத்தைப் பார்த்தது போதும் ஓடி-யாடா. உன் பொண்டாட்டியை ஆஸ்பத்திரிக்குக் கொண்டு போயிருக்காக. நீ வெரசா வா" எனப் பக்கத்துவீட்டு முத்-தம்மா சொன்னார்.

அடித்துப்பிடித்து ஓடிப்போய் வலியில் கதறும் மனைவி-யிடம், "செவ்வந்தி வலிக்குதா புள்ள?" எனக் கண்ணீரோடு கேட்டானவன்.

தலையாட்டிய செவ்வந்தியோ, "அத்தான் நீ ஆட்டுக்குப் போயி நம்மப் பொட்டிக்குள்ள ஒருசேலை வச்சிருக்கேன் அத எடுத்தாறியா..?"

"ஏன்டி இப்ப எதுக்குடி அது..?"

"நீங்கப்போயி எடுத்தாங்களேன். எனக்கு அது இப்ப வேணும்..!"

இவனோ அருகிலிருந்தவளிடம், "யக்கா செத்த பார்த்-துக்க, இதோ வர்றேன்" எனக் கிளம்பினான்.

எதிரில் வந்த முத்தம்மா, "ஏன்டா அவள தனியா விட்-டுட்டு வந்த?"

"ஆ..ன்.. அத அவகிட்ட போயிக் கேளு. பிடிவாதம் பிடிச்சக் கழுதை..! இல்லனா முகத்தைத் தூக்கிவச்சித் தொலைப்பா.." என முணுமுணுத்தபடி கதவைத்திறந்து சேலையை எடுத்துக்கொண்டு ஓடினான்.

செவ்வந்தியிடம் சேலையை கொடுக்க, "ஏனுங்க நம்மப்புள்ள

பொறந்ததும் இந்தச் சேலையில வாங்குங்க நீங்க" எனக்கூறினாள்.

வலி அதிகமெடுக்கக் குழந்தையின் குரலில் சேலையை நெஞ்சோடு அணைத்தான். அவனது அம்மாவின் வாசனை நாசியினை உரச கண்ணீர்த்ததும்ப நின்றான்.

"டேய் சின்னையா புள்ளய வாங்குடா.." என்ற முத்தம்மாவின் சத்தத்தில் சேலையில் ஏந்தினான்.

தன் மகளை அணைத்தபடியே மனைவியின் தலையைத்தடவி கொடுக்கக் கண்ணைத் திறந்த செவ்வந்தியோ, "அம்மாயில்லாத எனக்கு உன்னைய கொடுத்த, உன் ஆத்தாதான்யா எனக்கு அம்மா. அவுகயிருந்து கையில் வாங்க நமக்குக் கொடுப்பினை இல்ல. அவங்க சேலயாவது ஏந்தட்டுமுனு நினைச்சேன்யா!" என்றவள் மூச்சை இழுத்துவிட்டு, "அப்பாடி என் அத்தம்மா வாசம், நம்மள சுத்தி நிக்குதுயா..!" என்றாள்.

சேலை வாசத்தில் அம்மாவின் நினைவுகள் பொக்கிஷமாய்.. அவர்களின் அகத்திலும், கரத்திலும்!

தாய்மை

கீதா Grv.

அந்த நாளின் முன்னிரவு நேரத்தில்...

"மாமா..."

"சொல்லு புள்ள..."

"நான் வரேன் மாமா..."

"அப்புடியெல்லாம் பேசாத புள்ள,

அவிங்களுக்கு நீ வேணும் புள்ள...!"

"இல்ல மாமா, இதுக்குப் பொறவும் நா உசுரோட இருப்-பேன்னு எனக்குத் தோணல!" என்று காற்றில் கைகளை வீசி கண்களால் பேசி, பெரிது பெரிதாக மூச்சுவிட்டுக் கொண்டே நிலைத்து விட்ட கண்களின் வழியே உயிரை விட்டாள்.

"ஐயோ ஆத்தா... எங்கள தனியா தவிக்க விட்டு போட்டு போய்ட்டியே, இனி என் புள்ளைங்களுக்கு ஆரு இருக்கா..?

எம்புட்டு சொத்து இருந்தும், அத்தனையும் உட்டுபோட்டு ஓத்தயில நின்னு எங்கள பொக்கிஷமா வளத்தியே..? இனி ஆரு இருக்கா.. எங்களுக்கு...?"

அழுது அரற்றியவளின் மடியில் ஆண் பிள்ளை ஒன்-றும், நடையில் (வாசலில்) பெண் பிள்ளைகள் இரண்டும் திருத் திருவென விழித்தபடி அழுகைக்குத் தயாரானார்கள், தாயின் அழுகைக்குக் காரணம் தெரியாமலே.

கலங்கிப் போய் நின்ற தன்னவனை ஆறுதலாய் கைப்பி-டித்து, "நீங்க வாங்க மாமா, அவோ பாத்துப்பா, நீங்க என்-னைத் தனியா ஒத்தையில விட்டுப் போனப்ப, ஒத்த பொண் புள்ளய கைல வச்சிக்கிட்டு, நானும் இப்படித்தேன் தவிச்சுப்

போனேன்!

இந்தா வளத்து ஆளாக்கலயா...? அத மாரி அவளும் பொக்கிஷமா பாத்து வளத்துப்பா, அவோ புருஷன் உசு-ரோட இல்லேன்னாலும், அவளும் என்ன போலத்தான், நீங்க வாங்க..!" என்று அவள் கூற.. இருவரும் காற்றில் அருவமாய்க் கலந்து மறைந்தார்கள்.

நிழற்படம்

****

சிவப்பிரியா "தேனு"

தன்முன்பிருந்த நிழற்படத்தைப் பார்த்தவருக்கு உதடுகள் நடுங்கினாலும், சிறுபுன்னகைக் கீற்றொன்று உதித்திருந்தது. நினைவலைகள் நீர்ச்சுழலாய்ச் சுழன்று பின்னோக்கிப் பயணித்தன.

தன்னிடைத்தீண்டிய கரங்களைத் தட்டிவிட்ட பருவதம், "ந்தா வயசுப்புள்ளைய வச்சுக்கிட்டு உனக்கென்னய்யா சரசம் வேண்டிக்கெடக்கு? போய் மட்டைய உரிச்சுப்-போடு..!" வாய்ப்பேச்சுக்கு மாறாக இதழில் புன்முறுவல் பூத்-திருந்தது. உடலில் இதமானவெப்பம் உற்பத்தியாகி இருந்தது.

மச்சக்காளையும் மனைவியின் புறம் புன்னகையை வீசி-யவாறே வேலையைக் கவனிக்கச் சென்றார். பதின்மூன்று-வயது மகள் நாளை நடைபெறவிருக்கும் எட்டாம்வகுப்புத் தேர்வுக்காகத் தயாராகிக்கொண்டிருந்தாள்.

"ந்தா பருவதம் போட்டாக்காரவரு வந்திருக்காருடி வெளிய வா.."

"ஆஆ ந்தா வாரேன்யா செத்தப்பொறுக்க மாட்டியா?" இடையில் செருகியிருந்த சேலைமடிப்பைப் பிரித்துச் சுருக்-கலைக் கைகளால் நீவியவாறே வெளியே வந்தார்.

"ஏய் குட்டி ஓடியா.. போட்டாமாமா வந்திருக்காரு.." துள்ளிக்குதித்து ஓடிவந்தாள் கற்பகம்.

முகம்கொள்ளா புன்னகையுடன், "மாமா என்னைய போட்டா எடுக்கப்போறீகளா? என்னைய அழகா எடுங்க.. எங்கூட்டாளிப் புள்ளையகிட்டலாம் காட்டணும்ல, அப்போ ரொம்ப அழகா இருக்கணும்ல..?" என்று மகிழ்ச்சியில்

பேசிக்கொண்டிருந்தாள்.

மூவருமாய் நின்று ஒருபுகைப்படம் எடுத்துக்கொண்டனர்.

"வெரசா போட்டாவப் போட்டு அப்பாட்ட குடுத்துவி-டுங்க மாமா.." என்றவள்,

"ஐஐஐ.. ஏய் தேனுபுள்ள எங்கூட்ல அப்பா போட்டாமா-மாவ கூட்டியாந்தாரு. நாங்க போட்டாலாம் எடுத்தோமே..! இந்தாடி கலைபுள்ள இங்கன வாயேன். உனக்கொரு சங்கதி தெரியுமா..?" என்று அவ்வீதியைக் கடக்கும் அனைவரை-யும் அழைத்துத் தேர்வினை மறந்து கதையளந்துக் கொண்-டிருந்தாளவள்.

"சரிய்யா! நீனு அவுகளை அனுப்பீட்டுவா. எனக்கு உள்ளார நெறைய சோலிகெடக்குது" உள்ளே நுழைய முற்-பட்டவரைத் தடுத்து, "நில்லுடி.." என்றவரின் ஒருகை தோளில் படிந்திருக்க மறுகை இடையைத் தழுவியிருந்தது. கணவனைத்திரும்பிப் பார்க்க அவர் பார்வை ஆசையாய்ப் படிந்தது மனைவியின்மீது.

ஏனோ இன்று மனம் கலங்கியது பருவதத்திற்கு. நாற்பத்-தைந்து வருடங்கள்கடந்து தங்களின் இல்லறச்சின்னத்தைத் தாங்கி நைந்து கரையான் அரித்திருக்கும் நிழற்படத்தைக் கண்களில் நிரப்பும்போதே ஜீவன் அதேகண்களின் வழிப்பி-ரிந்திருந்தது.

கடிதப்பரிசு

****

கற்பகம். தெ

ராஜா இல்லமே விழாக்கோலம் பூண்டிருந்தது. விழாவின் நாயகி மானுவோ பொறுமையாகத் தனது அலங்காரத்தை முடித்துவிட்டு, தங்கள் அறையின் பால்கனியில் அமைதி-யாக நின்றுகொண்டிருந்த தன்னவனை அணைத்தாள்.

ஸ்பரிசம் உணர்ந்த ராஜா, இடதுபுறமாகத் திரும்பி தன்-னவளைக் கீழிருந்து மேல்வரை இரசித்தான்.

முழுநிலவு ஒளியாக நிறைமாத கர்ப்பிணியாக ஜொலித்-தவளைக் கண்டவனின் முகம் வழக்கத்தைவிட இரசனை-யில் மின்னியது.

மானுவின் கண்களோ கண்ணீரை வெளிப்படுத்த, ராஜா அவளின் கைகளில் ஒரு தங்கநிறக் காகிதத்தால் ஆன பரி-சுப்பொருளை திணித்தான்.

இதுவரை இருந்த சோகக்கீதத்தினை நிறுத்தியவள்.. பரிசை ஆர்வமாகப் பிரிக்க எண்ணுகையில், ராஜா தன்ன-வளை தூக்கி மெத்தையில் அமரவைத்து கண்களால் திறக்-கும்படி செய்கையில் மொழிந்தான்.

அவன் நின்றபடியே தன்னவளின் முகம் கூறும் உணர்ச்-சிகளை ஆராய, பரிசு அடங்கிய காகித பெட்டியில் இருந்-தவற்றைக் கண்டவளுக்கு இருவேறு மனநிலை.

ஒருபுறம் இன்பமாக இருந்தாலும், மற்றொருபுறம் தன் தவறை உணர்ந்து வருத்தமடைந்தது.

"என்ன மானும்மா, என் பரிசு எப்படி இருக்கு?" என்று வினவியவனுக்கு, கண்ணீருடன் "சாரி மாமா..!" என்று

தலை குனிந்தபடியே கூறினாள்.

மன்னிப்பிற்குச் சிரித்த ராஜா அவளின் அருகில் அமர்ந்து, "கல்யாணத்துக்கு முன்ன நீ எழுதுன கடிதங்கள், கவிதைகள் எல்லாம்.. நான் தாலி கட்டுனதும் அவ்வள-வுதான்..!" என்று கூற, மானுவின் கைகளில் திருமணத்-திற்கு முன்பு ராஜாவிற்காக எழுதி அனுப்பிய கடிதங்களில் வரைந்த கவிதைகள் நகைப்பை வெளிப்படுத்தின.

"எனக்காக நீ காதலா எழுதிய கடிதங்கள் எல்லாம் எனக்குக் காதல் பொக்கிஷம் தான், அதான் இப்ப கிடைக்-குறதில்லை..!" என்று ராஜாவின் கூற்றில், மானுவின் உள்-ளம் வருத்தம் கொண்டது.

'இனிமேல் நிறையக் கிடைக்கும்..!' என்று எண்ணிய-வள், சீமந்தம் முடிந்து தாய் வீட்டிற்குச் சென்றபொழுதில் இருந்து தன்னவனுக்குக் கடிதங்களாக அனுப்பினாள் தன் காதல் பொக்கிஷத்தை.

தடம்

****

கௌதமி ராஜா "நித்தி"

வானம் தூறிக்கொண்டிருக்க, மண்ணில் பதிந்திருந்த காலடி-தடத்தைத் தடவியவளின் மனம் கனத்தது.

"ம்மா.." என உதடுகள் முணுமுணுத்தது.

எட்டுமாதங்களுக்கு முன், இறப்பிற்கு முதல்நாள் தோப்-பில் நீர்பாய்ச்சிய போது, அவள் விட்டுச்சென்ற காலடித்தடம் அது.

"ஏஏ.. புள்ள, இங்க வா! தூத்தல்ல நனைஞ்சா காச்ச வந்துரும்" என்ற தாத்தாவிடம், "ந்தா..வாரன்" என்றவள் வேகவேகமாக மண்ணை வெட்டி வரப்பாய் அமைத்து, அதன்மேல் காய்ந்த கிளைகளைக் குறுக்கில் அடுக்கித் தென்னை மட்டைகளால் மூடினாள்.

"இங்கன என்ன பண்ற..?" என்று தலையில் துண்டை உதறிப் போட்டுக்கொண்டே ஓடிவந்தாரவர்.

"இது என்னா ராமரு பாதமா? கரையாம பாத்துக்கப்-போற? மண்ணுல பதிஞ்ச காலுத்தடம் கரையாமயா இருக்-கும்..? நாளக்கி வெள்ளாம போடுறப்ப.. உழுவும்போது போவத்தானே போவுது..?"

"ஆஆன்.. அந்தக் கடவுளவிட அம்மாதான் ஒசத்தி..! ஒனக்குத்தெரியாதா? வெள்ளாமய எங்குன வேனா போட-லாம். செத்துப்போன எங்கம்மா காலுத்தடத்தத் திரும்பப்-பாக்க முடியுமா, சொல்லு?" என்றவளின் முகம் வாட்டம் கண்டது.

"ஒன்னய பெத்தவ மாரியில்ல உருகி நிக்கிற?"

"பெக்காட்டியும் அது யென் அம்மாதான்" சொல்லில் கோபம் காட்டினாள்.

காற்றோடு மழை வேகமெடுக்க, இருவரும் ஓடிப்போய்க் கொட்டகைக்குள் புகுந்தனர்.

ஒரு மணித்தியாலத்திற்கு மேல் அடித்துக்கொட்டிய மழையில் எங்கும் வெள்ளக்காடாக.. கரைந்துபோகும் மாற்-றான் தாயின் காலடி தடத்தை எண்ணிக் கலங்கினாள்.

"நெஞ்சுல பதிஞ்சது பொக்கிசமா இருக்கறப்போ, மண்-ணுல கரஞ்சத பத்திக் கவலபடுற?"

கிழவனைப் பார்த்துப் புன்னகைத்தவளின் மனக்கண் முன்னே, 'காய்க்காத பூக்காத பட்டமரம்' என்று ஊரார் ஏசிய அவள் தாயின் குரல், "இது எம்புள்ளதான்..!" என்று காதுகளில் ஒலிக்க, கண்களில் நீர் துளிர்விட்டது.

அந்தக் குரலோடு அந்தத்தாயின் நினைவும் அவள் நெஞ்சில் என்றும் பொக்கிஷமாய்.

உயிர்

****

_ராஜிகுமார்._

பரபரப்பாக இயங்கிக் கொண்டிருந்த அந்தத் தனியார் மருத்-
துவமனையின் அவசரப்பிரிவு வராண்டாவில் தவிப்புடன்
நடந்து கொண்டிருந்தான் இருபது வயதுள்ள அந்த வாலி-
பன்.

உள்ளிருந்து வந்த மருத்துவரை நெருங்கியவன், "டாக்-
டர் அம்மாக்கு எப்படியிருக்கு டாக்டர்?"

"சாரி தம்பி, அவங்களுக்கு அவசரமா ஒரு மேஜர்
ஆப்ரேஷன் பண்ணினா தான் உயிர் பிழைக்க முடியும்.
காப்பீடெல்லாம் போக ஒரு முப்பதாயிரம் ரெடி பண்ணுங்க
தம்பி. நாளைக்கே ஆப்ரேஷன் பண்ணிடலாம்" என்றபடியே
கடந்து சென்றார்.

நிறைமாதக் கற்பிணியானவளை நட்டாற்றில் விட்டு,
விபத்தில் இறந்து போன தந்தையை நொந்து கொள்வதா?

வறுமையைப் பரிசாகத் தந்து வேடிக்கைப் பார்த்தக்
கடவுளை நொந்து கொள்வதா? என்று புரியாமல்,

உதவிக்கு வாராத உறவினர்கள் மத்தியில், விறகு வெட்-
டியேனும் தன் மகளைப் பட்டம் படிக்க வைக்க நினைத்த-
வளைக் காப்பாற்ற வழியற்றவனாக.. உலகின் ஒட்டுமொத்த
நம்பிக்கையும் உடைந்த போக.. என்ன செய்வது என்ற புரி-
யாமல்.. சோர்ந்து போனவனாகத் தன் வீட்டை நோக்கி
நடக்க ஆரம்பித்தான்.

வீட்டிற்கு வந்தவன் அப்படியே கண்ணயர்ந்து போக,
வெகுநேரம் கழித்துக் கண் விழித்தவன் பார்வையில், அவன்
தாய் பொக்கிஷம் போல் பாதுகாத்து வந்த தூக்குச்சட்டி

உயரத்தில் தொங்கிய படி தெரிய, 'ஏதாவது கிடைக்காதா?' என்று ஏக்கத்தோடு தேடியவன் கண்ணில் பட்டது.

தன் வருங்கால மருமகளுக்காகச் சிறுகச்சிறுகச் சேர்த்து வாங்கி வைத்த துருப்பிடித்த தங்க சங்கிலி மட்டுமல்ல, அவன் தாயின் உயிரும்கூடப் பொக்கிஷமாகவே தென்பட்-டது.

முதல் எழுத்து

****

__தமிழினியா ரா. திவ்யதர்ஷினி.__

என் எழுத்துப் பயணம் தொடங்கி ஐம்பது வருடங்கள் ஆகி-விட்டது.

'சிறந்த எழுத்தாளர்' என்ற விருது என் கைகளில் தவழ்கிறது.

மகிழுந்து பயண அலைச்சல் உடலை போட்டு எடுக்க, அப்படியே மெத்தையில் சாய்ந்தேன்.

மின் விசிறியின் சுழல் காற்று வேகத்தில், பழைய பெட்-டகத்திலிருந்து ஒரு நைந்த தாள் மேலே வந்து விழுந்தது. எல்லாம் பெயரன் பிள்ளைகள் செய்த சேட்டைகள் தான், பெட்டியின் மூடாத நிலை!

"எப்ப பாரு எதையோ ஒண்ணைக் கிறுக்கிக்கிட்டே கிட, பொட்டப்புள்ளையா ஊட்டு வேலை செய்யுறவ? நாள பின்ன உன்ற மாமியார் ஊட்ல ஒரு வேலையும் செய்யாம என்ற மானத்தை வாங்கு..!" என்று முதுகில் ஒன்று வைத்-தாள் அன்னை.

அவள் தூக்கியெறிந்த காகிதத்துடன், தன் ஐயனை நோக்கி அழுது கொண்டே சென்றாள்.

"என் சாமி! ஏன்டா கண்ணு அழுவுற.?"

"ஐயா, அம்மா எப்ப பாரு வஞ்சிக்கிட்டே கிடக்கு. நான் ஒண்ணுமே பண்ணுலீங்க ஐயா. பள்ளிக்கூடத்துல போட்டிங்க ஐயா. அதுக்குக் கதை எழுதுனே. அம்மா வையுது!"

"நீ உடு கண்ணு, அவ கிடக்குறா. அழாத! யாரு என்ன சொன்னாலும், என்னிக்கும் உனக்குப் புடிச்சத வுட்-டுட கூடாது!" என்று கூறி, அவள் கைகளில் அந்தக் காகி-

தத்துடன் அழுத்தம் கொடுத்தார்.

கண்களில் கண்ணீரோடு வாங்கினேன்.

இன்று என் எழுத்துப் பயணத்திற்கு வித்திட்ட எனது முதல் கதை, இதோ என் கைகளில். எண்ணுகையில் மனது புளகாங்கிதம் கொள்கிறது. இதற்கு மேல் வேறு என்ன விருது வேண்டும்.?

'என்றும் யாருக்காகவும் நமக்குப் பிடித்தை விட்டுவிடக் கூடாது!' என்ற பொக்கிஷ வரிகள், சாதிப்போருக்கு உரமாக இருக்கட்டும்.

சோர்வு உடலுக்குத் தானே தவிர, எழுத்தை விரும்பும் மனதிற்கு அல்லவே!

கைக்கடிகாரம்

சங்கீதா ராஜா.

தன் நிலைப்பேழையைத் திறந்து கோப்பைகளை எடுத்துக் கட்டிலில் போட்டு தேவையான ஒன்றை தேடிக் கொண்டு இருந்தாள் நிலா.

அவளின் ஐந்து வயது மகன் ஓடி வர, "தம்பி, வெளி-யிலவிளையாடுங்க. அம்மாக்கு முக்கிய வேலை இருக்கு!" என்றாள், அவனின் சேட்டைகள் அறிந்தமையால்.

"அம்மா! நான் ஒன்னும்.. எடுக்க மாட்டேன், உன்னை நொம்பப் புடிக்கும்மா!" என்று ஐஸ் வைத்தான்.

அடக்கிய மெல்லிய சிரிப்போடு மகனின் பேச்சில் கரைந்த தாயுள்ளம், "அமைதியா இருக்கனும்!"

சிறிது நேரம் அனைத்தையும் நோட்டமிட்டவன் ஒன்-றைப் பார்த்து, "அது என்னம்மா?" என்றான்.

முதலில் கவனிக்காத நிலா திரும்ப, அவள் கண்ணில் பட்டது அது!

மனதில் மகிழ்ச்சிப் பொழிய, அதை எடுத்தவள் விரல்-களால் நீவிப் பார்த்தாள்.

அன்று...

"நிலா கண்ணை மூடு, உனக்கு ஒரு சர்ப்ரைஸ்" என்-றாள் தர்ஷினி.

"என்ன லூசு, நீ வந்ததே லேட். வா சாப்பிட போவோம், மெஸ் மூடிடுவாங்க. நாளைக்கு எனக்கு இண்டர்வியூ இருக்கு!"

விடாமல் கண்ணை மூடிய தர்ஷினி, நிலா கையில் அதை வைத்தாள்.

கண்ணைத் திறந்த நிலா, "எதுக்குடி இது?"

"என் முதல் மாத சம்பளத்தில் நான் உனக்காக வாங்கி-யதுடி, ஐ லவ் யூ எருமை!" என்றாள்.

இன்று...

நிலாக்குக் கண்கள் கலங்கியது.

அவள் கையில் இருந்த கைக்கடிகாரத்தை வாங்க வந்த மகனிடம், "இது அம்மாவின் பத்து வருடப் பொக்கிஷம் செல்லம், நான் வேற வாங்கித் தரேன்!" என்றாள்.

பல்சர்

****

மணிமேகலை.

"அப்பா அப்பா பிளீஸ்ப்பா. எனக்காகப்பா" எனத் தன் தந்தையிடம் கெஞ்சிக் கொண்டு இருந்தாள் யாழ்.

"அதெல்லாம் முடியாது. பொம்பள பிள்ள மாதிரி ஒழுங்கா அமைதியா இரு" என்றார் அவளது அன்னை மலர்.

"ம்மா நீ சும்மா இரு. நான் அப்பாக்கிட்ட தான் பேசு-றேன்"

"நீ எனக்கு மொத பதில் சொல்லு"

"என்னம்மா உனக்கு வேணும்?"

"உனக்கு ஏன் பிடிச்சி இருக்கு?"

"ம்மா...."

"பாரு ஃபுல்லா ப்ளாக் கலர்"

"ம்மா அது தான் ஸ்பெஷலே!"

"எருமை மாடு மாதிரி இருக்கு"

"ம்மா நீ ரொம்ப ஓவரா பேசுற"

"அப்பா பாருப்பா இந்த மலர. பிளீஸ்ப்பா நீ ஓகே சொல்லுப்பா. என்னோட செல்ல அன்புல"

"யாழ்" என்றார் மலர் சற்றுக் கோபமாக.

"மலர் விடேன் பிள்ள ஆசைப்படுறாள்ல" என மகளுக்-காகத் தன் மனையாளிடம் பேசினார் அவ்வீட்டின் தலைவர் அன்பரசன்.

"இதுல என்னங்க ஆசை இருக்கு பொம்பள பிள்-ளைங்க மாதிரி ஸ்கூட்டி வாங்கித் தான்னு சொன்னாக்கூட ஒரு ஆசை, நியாயம் இருக்குன்னுச் சொல்லலாம். அத

விட்டுட்டு பையன் மாதிரி அந்தப் பல்சர் வண்டி அதுவும் ஃபுல் ப்ளாக் தான் வேனும் சொன்னால் என்ன அர்த்தம்??"

"மலர்!"

"அப்பாவும் பொண்ணும் என்னமும் பண்ணுங்க போங்க, செல்லம் கொடுத்து கொடுத்து கெடுத்து வைங்க பொண்ண. போற வீட்டுல எனக்குத் தான் திட்டு விழும்" என முனங்-கிக் கொண்டே அறைக்குள் சென்றார் மலர்.

பல ஆர்ப்பாட்டம் செய்து, உண்ணா நோன்பிருந்து ஆசை ஆசையாக வாங்கி, தான் பொத்திப்பொத்தி வைத்து, தன்னைச் சுமந்து அழகு பார்த்த பல்சர் வண்டி தற்போது கேட்பாரற்று, தன்னைப் பாவமாகப் பார்ப்பதை எண்ணி கலங்கிய கண்களைத் துடைத்துக் கொண்டு புகுந்தவீட்டு வேலைகளைக் கவனிக்கச் சென்றாள் யாழ்.